AF284858

Impressum
Verlag: BABADADA GmbH, Nedderfeld 112 , 22529 Hamburg
Geschäftsführer / Verlagsleitung: Harald Hof
Druck: Books on Demand GmbH, In de Tarpen 42, 22848 Norderstedt

Imprint
Publisher: BABADADA GmbH, Nedderfeld 112 , 22529 Hamburg, Germany
Managing Director / Publishing direction: Harald Hof
Print: Books on Demand GmbH, In de Tarpen 42, 22848 Norderstedt

shule

escuela

sajili
salón de clases

kugawanya
dividir

186/2

ubao
pizarrón

eneo la shule
patio

mwalimu
maestro

karatasi
pap

kuandika
escribir

kalamu
bolígrafo

dawati
escritorio

rula
regla

kitabu
libro

mwanafunzi
alumno

mkoba

mochila

kikasha cha penseli

caja de lápices

penseli

lápiz

kichonga penseli

sacapuntas

mpira

goma de borrar

pedi ya kuchora

bloc de dibujo

uchoraji

dibujo

brashi ya rangi

pincel

sanduku la rangi

caja de lápices de color

mkasi

tijeras

gundi

pegamento

daftari

libro de ejercicios

kazi ya nyumbani

tarea

nambari

número

jumlisha

sumar

ondoa

restar

zidisha

multiplicar

kokotoa

calcular

barua

letra

alfabeti

alfabeto

neno

palabra

maandishi

texto

kusoma

leer

chaki

tiza

somo

lección

sajili

cuaderno de clase

uchunguzi

examen

cheti

certificado

sare za shule

uniforme

elimu

educación

elezo

enciclopedia

chuo kikuu

universidad

darubini

microscopio

ramani

mapa

kikapu cha kuweka karatasi chafu

bote de basura

hoteli
hotel

hosteli
hostel

ofisi ya ubadilishanaji
casa de cambio

sanduku
maleta

gari
carro

lugha
idioma

ndiyo / la
sí / no

sawa
Órale

hujambo
hola

mtafsiri
traductor

Asante
Gracias

kiasi gani ni ...?

¿cuánto cuesta…?

Sielewi

No entiendo

tatizo

problema

Jioni njema!

¡Buenas tardes!

Habari za asubuhi!

¡Buenos días!

Usiku mwema!

¡Buenas noches!

kwa heri

adiós

mwelekeo

dirección

mizigo

equipaje

mfuko

bolsa

shanta

mochila

mgeni

invitado

chumba

recámara

begi la kulalia

bolsa de dormir

hema

tienda de campaña

taarifa ya utalii

información turística

ufuo

playa

kadi

tarjeta de crédito

kifunguakinywa

desayuno

chakula cha mchana

almuerzo

chakula cha jioni

cena

tiketi

billete

kuinua

ascensor

muhuri

sello

mpaka

frontera

mila

aduana

ubalozi

embajada

visa

visa

pasipoti

pasaporte

ndege
avión

meli
barco

injini ya moto
camión de bomberos

lori
camión

basi
autobús

motaboti
lancha a motor

gari
carro

baiskeli
bicicleta

feri

ferry

mashua

bote

pikipiki

motocicleta

gari la polisi

patrulla

gari la mashindano

coche de carreras

gari la kukodisha

auto para rentar

kushiriki gari

renta de autos

lori la kuvuta

grúa

ukusanyaji taka

camión recolector de basura

motor

motor

mafuta

gasolina

kituo cha mafuta

gasolinera

ishara trafiki

señal de tráfico

trafiki

tránsito

msongamano

embotellamiento

maegesho

aparcamiento

kituo cha treni

estación de tren

reli

vías

garimoshi

tren

tremu

tranvía

gari la mizigo

vagón

helikopta

helicóptero

uwanja wa ndege

aeropuerto

mnara

torre

abiria

pasajero

chombo

contenedor

katoni

caja de cartón

mkokoteni

carretilla

kikapu

cesta

ondoka

despegar / aterrizar

jiji

ciudad

kijiji

pueblo

katikati ya jiji

centro de ciudad

nyumba

casa

sinema
cine

tangazo
anuncio

CINEMA

taa za mitaani
farol

barabara
calle

teksi
taxi

duka la vitafunio
dulcería

mtembea kwa miguu
peatón

njia ya waenda kwa miguu
banqueta

kivuko
paso peatonal

pipa
bote de basura

kuvuka
cruce

taa za trafiki
semáforo

kibanda
cabaña

gorofa
apartamento

kituo cha treni
estación de tren

ukumbi wa mji
ayuntamiento

Makavazi
museo

shule
escuela

chuo kikuu

universidad

benki

banco

hospitali

hospital

hoteli

hotel

duka la dawa

farmacia

ofisi

oficina

duka la kitabu

librería

duka

tienda

duka la maua

florería

dukakuu

supermercado

soko

mercado

idara ya kuhifadhi

grandes tiendas

mwuza samaki

pescadería

kituo cha ununuzi

centro comercial

bandari

puerto

Hifadhi

parque

benki

banco

daraja

puente

vidato

escaleras

chini ya ardhi

metro

handaki

túnel

kituo cha mabasi

parada de autobús

bar

bar

mgahawa

restaurante

sanduku la posta

buzón

ishara ya barabara

letrero

mita ya maegesho

parquímetro

bustani ya wanyama

zoológico

kidimbwi cha kuogelea

alberca

msikiti

mezquita

shamba

granja

uchafuzi

contaminación

makaburini

cementerio

kanisa

iglesia

uwanja wa michezo

área de niños

hekalu

templo

mazingira

paisaje

jani
hoja

ishara ya mwelekeo
señal

njia
camino

malisho
pradera

jiwe
piedra

mtembeaji wa masafa
caminante

mti
árbol

mto
río

nyasi
pasto

ua
flor

bonde

valle

kilima

montaña

ziwa

lago

msitu

bosque

jangwa

desierto

volkano

volcán

ngome

castillo

upinde wa mvua

arco iris

uyoga

champiñón

mtende

palmera

mbu

mosquito

kuruka

mosca

chungu

hormiga

nyuki

abeja

buibui

araña

mende

escarabajo

chura

rana

kuchakuro

ardilla

nungunungu

erizo

sungura

liebre

bundi

lechuza

ndege

pájaro

swan

cisne

nguruwe mwitu

jabalí

kulungu

ciervo

aina ya kongoni

alce

bwawa

embalse

tabo ya upepo

turbina eólica

nishaji ya jua

pansolar

hali ya hewa

clima

mhudumu
camarero

menyu
menú

kiti
silla

supu
sopa

piza
pizza

vilia
cubiertos

kitambaa cha mezani
mantel

kiamsha hamu
entrada

kozi kuu
plato fuerte

kitindamlo
postre

vinywaji
bebidas

chakula
comida

chupa
botella

chakula cha haraka

comida rápida

Streetfood

comida de calle

buli

tetera

kisanduku cha sukari

azucarera

sehemu

porción

mashine ya espresso

cafetera espresso

kiti kirefu

periquera

muswada

cuenta

trei

charola

kisu

cuchillo

uma

tenedor

kijiko

cuchara

kijiko cha chai

cuchara de té

nepi

servilleta

glasi

vaso

sahani

plato

sahani ya supu

plato hondo

sufuria

plato

mchuzi

salsa

kichanyaji chumvi

salero

kinu cha pilipili

molino para pimienta

siki

vinagre

mafuta

aceite

viungo

especias

kechapu

kétchup

haradali

mostaza

kachumbari nzito

mayonesa

dukakuu
supermercado

ofa maalum
oferta especial

mteja
cliente

maziwa
productos lácteos

matunda
fruta

toroli
carrito para compras

mchinjaji
carnicería

mwokaji
panadería

uzito
pesar

mboga
vegetales

nyama
carne

chakula waliohifadhiwa
alimentos congelados

vipande vya nyama baridi

carnes frías

chakula cha kopo

alimentos enlatados

sabuni ya unga

detergente en polvo

pipi

dulces

bidhaa za kaya

electrodomésticos

bidhaa za kusafisha

productos de limpieza

mtu mauzo

vendedora

mpaka

caja

keshia

cajero

orodha ya manunuzi

lista de compras

masaa ya ufunguzi

horario de atención al
público

mkoba

cartera

kadi

tarjeta de crédito

mfuko

bolsa

mfuko wa plastiki

bolsa de plástico

vinywaji
bebidas

maji

agua

sharubati

jugo

maziwa

leche

coke

refresco de cola

mvinyo

vino

bia

cerveza

pombe

alcohol

kakao

cacao

chai

té

kahawa

café

spreso

espresso

kapuchino

cappuccino

ndizi

plátano

tufaha

manzana

machungwa

naranja

tikiti

melón

lemon

limón

karoti

zanahoria

kitunguu saumu

ajo

mianzi

bambú

kitunguu

cebolla

uyoga

champiñón

karanga

nueces

nudo

fideos

spageti

espaguetis

mpunga

arroz

saladi

ensalada

vibanzi

patatas fritas

viazi vya kukaanga

patatas fritas

piza

pizza

hambaga

hamburguesa

sandwichi

emparedado

kipande

filete

paja la mnyama

jamón

salami

salami

soseji

salchicha

kuku

pollo

choma

asado

samaki

pescado

oats ya uji

copos de avena

muesli

muesli

cornflakes

copos de maíz

unga

harina

kroisanti

cuernito

andazi

bolillo

mkate

pan

mkate wa kubanika

tostada

biskuti

galletas

siagi

mantequilla

maziwa mgando

cuajada

keki

pastel

yai

huevo

yai kukaanga

huevo frito

jibini

queso

aiskrimu

helado

sukari

azúcar

asali

miel

jemu

mermelada

kuenea kwa chokoleti

crema de chocolate

mchuzi wa viungo

curry

nyumba ya kilimo
granja

ghalani
granero

majani bale
una paca de paja

uwanja
campo

farasi
caballo

trela
remolque

mtoto
potro

trekta
tractor

punda
burro

kondoo
oveja

mwanakondoo
cordero

mbuzi
cabra

ng'ombe
vaca

ndama
ternero

nguruwe
cerdo

mwananguruwe
lechón

fahali
toro

batabukini

ganso

bata

pato

kifaranga

pollo

kuku

gallina

jogoo

gallo

panya

rata

paka

gato

panya

ratón

ng'ombe

buey

mbwa

perro

nyumba ya mbwa

casa dperro

bomba la bustani

manguera

debe la kumwagilia maji

regadera

fyekeo

guadaña

kulima

arado

mundu

hoz

jembe

azadón

uma wa nyasi

horquilla

shoka

hacha

toroli

carretilla

kupitia nyimbo

bebedero

chombo cha maziwa

bote de leche

gunia

saco

ua

valla

imara

establo

chafu

invernadero

udongo

suelo

mbegu

semilla

mbolea

fertilizador

kivunaji

cosechadora

mavuno

cosechar

mavuno

cosecha

viazi vikuu

camote

ngano

trigo

soya

soja

viazi

patata

mahindi

maíz

rapa

semilde colza

mti wa matunda

árbol frutal

muhogo

mandioca

nafaka

cereales

chimni
chimenea

paa
tejado

bomba la maji ya mvua
canalón

dirisha
ventana

gareji
garaje

kengele ya mlangoni
timbre

mlango
puerta

pipa la taka
bote de basura

sanduku la barua
buzón

bustani
jardín

sebuleni

estancia

bafu

baño

jikoni

cocina

chumba cha kulala

recámara

chumba ya mtoto

recámara de los niños

chumba cha kulia

comedor

sakafu

suelo

ukuta

pared

dari

techo

pishi

sótano

sauna

sauna

roshani

balcón

mtaro

terraza

kidimbwi

alberca

mashine ya kukata nyasi

cortacésped

karatasi

sábana

kitambaa cha kupamba
kitanda

colcha

kitanda

cama

ufagio

escoba

ndoo

balde

kubadili

interruptor

mandhari
pappara empapelar

picha
imagen

taa
lámpara

rafu
estante

kabati
alacena

televisheni/runinga
televisión

mekoni
chimenea

ua
flor

mto
cojín

sofa
sofá

chombo cha maua
florero

kitenzambali
control remoto

zulia	pazia	meza
alfombra	cortina	mesa

kiti	kiti cha bembea	armchair
silla	mecedora	sillón

kitabu

libro

blanketi

frazada

mapambo

decoración

kuni

leña

filamu

película

kifaa cha hi-fi

equipo de música

ufunguo

llave

gazeti

periódico

uchoraji

pintura

bango

póster

redio

radio

daftari

cuaderno

kifyonza

aspiradora

dungusi kakati

cactus

mshumaa

vela

jokofu
refrigerador

kikanza
microondas

wadogo jikoni
báscude cocina

kibaniko
tostadora

sabuni
detergente

stovu
horno

friza
congelador

pipa la taka
bote de basura

mashine ya kuoshea vyombo
lavavajillas

jiko la kupika
opresión

chungu
olla

sufuria ya chuma
olde hierro fundido

wok / kadai
wok

kaango
sartén

birika
hervidor

stima

vaporera

sinia ya kuoka

charode horno

vyombo vya udongo

loza

kombe

taza

bakuli

bol

vijiti vya kulia

palillos

ukawa

cucharón

mwiko mpana

espátula

burashi

batidora

kichujio

colador

chujio

colador

mbuzi

rallador

chokaa

mortero

barbeque

barbacoa

moto wazi

fogata

ubao wa majaribio

tabpara picar

kijiti cha kusukuma unga

rodillo para amasar

kizibuo

sacacorchos

kopo

lata

inaweza kopo

abrelatas

kishikio cha chungu

guante de cocina

karo

fregadero

brashi

cepillo

sifongo

esponja

kisagaji matunda

batidora

friji ya kina

congelador

chupa ya mtoto

biberón

bomba

llave

joto
calefacción

mfereji wa kuogea
ducha

taulo
toalla

pazia la kuogea
cortina de ducha

maji ya kuoga yenye povu
baño de espuma

hodhi
tina

glasi
vaso

mashine ya kuosha
lavadora

vigae
baldosas

bomba
llave

poti
bacinica

karo
fregadero

choo
inodoro

choo cha squat
letrina

beseni la mviringo
bidé

choo cha umma
mingitorio

shashi
paphigiénico

brashi ya choo
cepillo para baño

mswaki

cepillo de dientes

dawa ya meno

pasta dental

dawa ya meno

hilo dental

safisha

lavar

kuoga mkono

ducha de mano

msukumo wa maji

ducha vaginal

bonde

fregadero

mpako wa pili

cepillo de espalda

sabuni

jabón

jeli ya kuogea

gde ducha

shampuu

champú

flana

toallita

toa maji

drenaje

krimu

crema

kiondoa harufu

desodorante

kioo

espejo

kioo mkono

espejo de tocador

kinyozi

máquina para afeitar

povu la kunyoa

espuma de afeitar

baada ya kunyoa

loción para después de afeitar

kichana

peine

brashi

cepillo

kikausha nywele

secadora

marashi ya nyewele

laca

vipodozi

maquillaje

kidomwa

lápiz labial

varnish ya msumari

esmalte para uñas

pamba

algodón

mkasi wa kucha

tijeras para uñas

manukato

perfume

mkoba wa kuosha

estuche para cosméticos

kinyesi

taburete

mizani

báscula

nguo ya kuoga

bata

glavu za mpira

guantes de goma

kisodo

tampón

sodo

toalsanitaria

kemikali choo

baño móvil

saa ya kengele
despertador

kidoli cha kupakata
peluche

gari bandia
carro de juguete

kelele
sonaja

chumba cha midoli
casa de muñecas

sasa
regalo

baluni
globo

kitanda
cama

mashua
carriola

staha ya kadi
cartas

mchezo-fumb
rompecabezas

vichekesho
cómic

matofali lego

piezas de lego

vitalu mwigo

bloques para jugar

hatua takwimu

figura de acción

suti ya kulalia

mameluco

kisahani

frisbee

simu

móvil para bebés

ubao wa michezo

juego de mesa

kete

dados

garimoshi mwigo

tren eléctrico

dummy

maniquí

chama

fiesta

picha kitabu

álbum de fotos

mpira

balón

kikaragosi

muñeca

kucheza

jugar

shimo la mchanga

arenero

bembea

columpio

vitu bandia

juguetes

kiweko cha video ya mchezo

consode videojuegos

baiskeli ya magurudumu

triciclo

matatu

mwanasesere

oso de peluche

kabati

clóset

nguo

ropa

soksi

calcetines

stokingi

pantimedias

kibano

mallas

skafu
bufanda

ukanda
cinto

mwavuli
paraguas

fulana
playera

wakufunzi
tenis

viatu
botas

ndara
chanclas

malapa
sandalias

viatu
zapatos

mabuti ya mpira
botas de goma

suruali ya ndani
ropa interior

sidiria
brasier

fulana
chaleco

mwili

body

suruali

pantalones

dangirizi

pantalones de mezclilla

sketi

falda

blauzi

blusa

shati

camisa

vuta

suéter

sweta

sudadera

bleza

saco sport

jaketi

chamarra

koti

abrigo

koti la mvua

impermeable

maleba

traje

gauni

vestido

mavazi ya harusi

vestido de novia

suti

traje

vazi la usiku

camisón

pajama

pijama

sari

sari

skafu

pañuelo para cabeza

kilemba

turbante

burka

burka

kaftan

caftán

abaya

abaya

vazi la kuogelea

traje de baño

vazi la kiume la kuogelea

short de baño

kaptura

shorts

teitei

pants

aproni

delantal

glavu

guantes

kifungo

botón

glasi

gafas

bangili

brazalete

mkufu

collar

pete

anillo

herini

arete

kofia

gorra

kiango cha koti

gancho

kofia

sombrero

tai

corbata

zipu

cierre

kofia

casco

kanda za suruali

tirantes

sare za shule

uniforme

sare

uniforme

bibu
babero

dummy
maniquí

nepi
pañal

ofisi
oficina

kmobe la kahawa
taza de café

kikokotoo
calculadora

biashara
internet

seva
servidor

kabati la kuweka faili
archivo

kichapishaji
impresora

kiwambo
monitor

karatasi
pap

dawati
escritorio

kipanya
mouse

folda
carpeta

kibodi
teclado

u cha kuweka karatasi chafu
de basura

kompyuta
computadora

kiti
silla

mbali

notebook

barua

carta

ujumbe

mensaje

rununu

móvil

intaneti

red

fotokopia

fotocopiadora

programu

software

simu

teléfono

soketi

tomacorriente

kipepesi

fax

fomu

formulario

hati

documento

kununua

comprar

kulipa

pagar

biashara

hacer negocios

fedha

dinero

dola

dólar

yuro

euro

yeni

yen

rouble

rublo

faranga ya Uswisi

franco suizo

renminbi yuan

yuan

rupia

rupia

eneo la kulipia

cajero automático

ofisi ya ubadilishanaji

casa de cambio

dhahabu

oro

fedha

plata

mafuta

petróleo

nishati

energía

bei

precio

mkataba

contrato

kodi

impuesto

bidhaa

acción

kazi

trabajar

mfanyakazi

empleado

mwajiri

empleador

kiwanda

fábrica

duka

tienda

afisa wa polisi
policía

mzimamoto
bombero

mpishi
cocinero

daktari
médico

rubani
piloto

mtunza bustani
jardinero

seremala
carpintero

mshonaji
costurera

hakimu
juez

mwanakemia
farmacéutico

muigizaji
actor

dereva wa basi

conductor de autobús

dereva wa teksi

taxista

mvuvi

pescador

mwanamke wa kusafisha

señora de limpieza

mwezekaji

instalador de techos

mhudumu

camarero

mwindaji

cazador

mchoraji

pintor

mwokaji

panadero

umeme

electricista

mjenzi

obrero

mhandisi

ingeniero

mchinjaji

carnicero

fundi bomba

plomero

mwanaposta

cartero

mwanajeshi

soldado

msanifu majengo

arquitecto

keshia

cajero

muuza maua

florista

msusi

peluquero

kondakta

cobrador

mekanika

mecánico

nahodha

capitán

daktari wa meno

dentista

mwanasayansi

científico

rabbi

rabino

imamu

imán

mtawa

monje

kasisi

sacerdote

nyundo
martillo

koleo
pinza

bisibisi
desarmador

spana
llave

kurunzi
linterna

mchimbaji

excavadora

sanduku la vifaa

caja de herramientas

ngazi

escalera de mano

msumeno

sierra

misumari

clavos

kuchimba visima

taladro

kukarabati
reparar

sepetu
pala

Lo!
¡Maldición!

kishikio cha uchafu
recogedor

chungu cha rangi
bote de pintura

skurubu
tornillos

ala za muziki

instrumentos musicales

mpangilio wa ngoma
batería

spika
altavoz

gita
guitarra

besi mara mbili
contrabajo

tarumbeta
trompeta

piano

piano

fidla

violín

ubeji

bajo

timpani

timbales

ngoma

tambor

kibodi

teclado

saksafoni

saxofón

filimbi

flauta

maikrofoni

micrófono

lango la kuingia
entrada

simbamarara
tigre

ngome
jaula

pundamilia
cebra

chakula cha mifugo
alimento para animales

panda
oso panda

wanyama
animales

tembo
elefante

kangaruu
canguro

kifaru
rinoceronte

sokwe
gorila

dubu
oso

ngamia

camello

mbuni

avestruz

simba

león

tumbili

mono

heroe

flamenco

kasuku

loro

dubu

oso polar

penguini

pingüino

papa

tiburón

tausi

pavo real

nyoka

serpiente

mamba

cocodrilo

mtunza wanyama

guardián de zoológico

muhuri

foca

jaguar

jaguar

mwanafarasi

poni

chui

leopardo

kiboko

hipopótamo

twiga

jirafa

tai

águila

nguruwe mwitu

jabalí

samaki

pescado

kobe

tortuga

sili

morsa

mbweha

zorro

paa

gacela

soka ya marekani
fútbol americano

uendeshaji baiskeli
ciclismo

tenisi
tenis

mpira wa kikapu
baloncesto

kuogelea
natación

ndondi
boxeo

magongo ya barafuni
hockey sobre hielo

soka

fútbol

vinyoya

bádminton

riadha

atletismo

mpira wa mikono

handball

skii

esquí

polo

polo

cheka
reír

kuruka
saltar

kumbatia
abrazar

kutembea
caminar

kuimba
cantar

ota ndoto
soñar

kuomba
rezar

busu
besar

kuandika

escribir

kuteka

dibujar

angalia

mostrar

sukuma

empujar

kutoa

dar

kuchukua

tomar

kuwa

tener

fanya

hacer

kuwa

ser

kusimama

estar parado

kukimbia

correr

vuta

jalar

kutupa

arrojar

kuanguka

caer

hadaa

estar acostado

kusubiri

esperar

kubeba

llevar

kukaa

estar sentado

vaa nguo

vestirse

usingizi

dormir

kuamka

despertar

kuangalia

mirar

lia

llorar

kiharusi

acariciar

chana nywele

peinar

ongea

hablar

kuelewa

entender

kuuliza

preguntar

kusikiliza

escuchar

kunywa

beber

kula

comer

nadhifisha

ordenar

upendo

amar

mpishi

cocinar

gari

conducir

kuruka

volar

meli

navegar

kokotoa

calcular

kusoma

leer

kujifunza

aprender

kazi

trabajar

kuoa

casarse

kushona

coser

piga mswaki

cepillarse los dientes

kuua

matar

moshi

fumar

kutuma

enviar

bibi
abuela

babu
abuelo

baba
padre

mama
madre

mtoto
bebé

binti
hija

bin
hijo

mgeni

invitado

shangazi

tía

mjomba

tío

kaka

hermano

dada

hermana

paji la uso
frente

jicho
ojo

bega
hombro

kidole
dedo

uso
cara

kidevu
barbilla

mkono
mano

matiti
pecho

mguu
pierna

mkono
brazo

mtoto
bebé

mwanamume
hombre

mwanamke
mujer

msichana
niña

mvulana
niño

kichwa
cabeza

nyuma

espalda

tumbo

barriga

kitovu

ombligo

chano

dedo dpie

kisigino

talón

mfupa

hueso

nyonga

cadera

goti

rodilla

kiwiko

codo

pua

nariz

chini

pompis

ngozi

piel

shavu

mejilla

sikio

oído

mdomo

labio

mwili - cuerpo

kinywa

boca

jino

diente

ulimi

lengua

ubongo

cerebro

moyo

corazón

misuli

músculo

pafu

pulmón

ini

hígado

tumbo

estómago

figo

riñones

jinsia

sexo

kondomu

condón

ovari

óvulo

shahawa

semen

mimba

embarazo

hedhi

menstruación

uke

vagina

uume

pene

unyusi

ceja

nywele

cabello

shingo

cuello

hospitali
hospital

gari la wagonjwa
ambulancia

kiti cha magurudumu
silde ruedas

jeraha
fractura

daktari
médico

chumba cha dharura
sade emergencias

muuguzi
enfermera

dharura
emergencia

kupoteza fahamu
inconsciente

maumivu
dolor

kuumia

lesión

kutokwa na damu

hemorragia

mshtuko wa moyo

infarto

kiharusi

accidente cerebrovascular

mzio

alergia

kikohozi

tos

homa

fiebre

mafua

gripa

kuharisha

diarrea

maumivu ya kichwa

dolor de cabeza

kansa

cáncer

ugonjwa wa kisukari

diabetes

daktari mpasuaji

cirujano

kisu kidogo cha kupasulia

bisturí

operesheni

operación

picha changanufu ya mwili

TC

Eksrei

rayos x

mawimbi sauti

ultrasonido

barakoa ya uso

mascarilla

ugonjwa

enfermedad

chumba cha kusubiri

sade espera

mkongojo

muleta

plasta

vendita

bendeji

vendaje

sindano

inyección

stetoskopu

estetoscopio

machela

camilla

kipimajoto cha kliniki

termómetro

kuzaliwa

nacimiento

unene kupita kiasi

sobrepeso

kusikia misaada

audífono

kipukusi

desinfectante

maambukizi

infección

virusi

virus

VVU / UKIMWI

VIH / SIDA

dawa

medicina

chanjo

vacunación

vidonge

tabletas

kidonge

pastilanticonceptiva

simu ya dharura

llamada de emergencia

haemodainamometa

medidor de presión

mgonjwa / mwenye afya

enfermo / sano

Msaada!

¡Socorro!

kengele

alarma

pigo

agresión

shambulizi

ataque

hatari

peligro

lango la dharura

salida de emergencia

Moto!

¡Fuego!

kizima moto

extintor de incendios

ajali

accidente

vifaa vya huduma ya kwanza

botiquín de primeros auxilios

wito wa msaada

SOS

polisi

policía

Ulaya

Europa

Amerika ya Kaskazini

Norteamérica

Amerika ya Kusini

Sudamérica

Afrika

África

Asia

Asia

Australia

Australia

Atlantiki

Atlántico

Pasifiki

Pacífico

Bahari ya Hindi

Océano Índico

Bahari ya Antaktiki

Océano Antártico

Bahari ya Aktiki

Océano Ártico

Ncha ya Kaskazini

polo norte

Ncha ya Kusini

polo sur

Antaktika

Antártida

dunia

tierra

nchi

tierra

bahari

mar

kisiwa

isla

taifa

nación

jimbo

estado

uso wa saa

esfera

akrabu ya saa

manecilde las horas

akrabu ya dakika

minutero

akrabu ya sekunde

segundero

Ni saa ngapi?

¿Qué hora es?

siku

día

wakati

hora

sasa

ahora

saa ya dijitali

reloj digital

dakika

minuto

saa

hora

Jumatatu / lunes — Jumatano / miércoles — Ijumaa / viernes — Jumanne / martes — Jumamosi / sábado — Alhamisi / jueves — Jumapili / domingo

jana

ayer

leo

hoy

kesho

mañana

asubuhi

mañana

saa sita mchana

mediodía

jioni

tarde

siku za biashara

días laborables

mwishoni mwa wiki

fin de semana

mvua
lluvia

upinde wa mvua
arco iris

upepo
viento

theluji
nieve

majira ya machipuko
primavera

vuli
otoño

kiangazi
verano

majira ya baridi
invierno

utabiri wa hali ya hewa

pronóstico dtiempo

kipimajoto

termómetro

mwanga wa jua

sol

wingu

nube

ukungu

niebla

unyevu

humedad

umeme

rayo

radi

trueno

dhoruba

tormenta

mvua ya mawe

granizo

monsuni

monzón

mafuriko

inundación

barafu

hielo

Januari

enero

Februari

febrero

Machi

marzo

Aprili

abril

Mei

mayo

Juni

junio

Julai

julio

Agosti

agosto

Septemba

septiembre

Oktoba

octubre

Novemba

noviembre

Desemba

diciembre

maumbo
formas

mduara

círculo

mraba

cuadrado

mstatili

rectángulo

pembetatu

triángulo

nyanja

esfera

mchemraba

cubo

nyeupe

blanco

manjano

amarillo

chungwa

naranja

rangi ya waridi

rosa

nyekundu

rojo

hudhurungi

morado

bluu

azul

kijani

verde

hanja

marrón

jivujivu

gris

nyeusi

negro

mengi / kidogo

mucho / poco

hasira / pole

enojado / tranquilo

nzuri / mbaya

bonito / feo

mwanzo / mwisho

principio / fin

kubwa / ndogo

grande / pequeño

angavu / giza

claro / oscuro

kaka / dada

hermano / hermana

safi / chafu

limpio / sucio

kamilika / tokamilika

completo / incompleto

siku / usiku

día / noche

wafu / hai

muerto / vivo

pana / nyembamba

ancho / angosto

kulika / kutolika

comestible / no comestible

ovu / ema

malo / amable

sisimkwa / udhika

entusiasmado / aburrido

nene / nyembamba

gordo / delgado

kwanza / mwisho

primero / último

rafiki / adui

amigo / enemigo

jaa / tupu

lleno / vacío

ngumu / laini

duro / blando

nzito / nyepesi

pesado / ligero

njaa / kiu

hambre / sed

mgonjwa / mwenye afya

enfermo / sano

haramu / kisheria

ilegal / legal

akili / kijinga

inteligente / tonto

kushoto / kulia

izquierda / derecha

karibu / mbali

cerca / lejos

mpya / kutumika

nuevo / usado

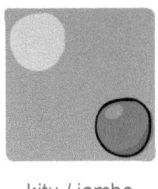

kitu / jambo

nada / algo

zee / changa

viejo / joven

waka / zima

encendido / apagado

wazi / fungwa

abierto / cerrado

utulivu / kelele

silencioso / ruidoso

tajiri / masikini

rico / pobre

sahihi / kosa

correcto / incorrecto

mbaya / laini

áspero / suave

huzunika / furahia

triste / contento

fupi /ndefu

corto / largo

polepole / haraka

lento / rápido

nyevu / kavu

húmedo / seco

joto / baridi

caliente / frío

vita / amani

guerra / paz

nambari

números

0
sufuri
cero

1
moja
uno

2
mbili
dos

3
tatu
tres

4
nne
cuatro

5
tano
cinco

6
sita
seis

7
saba
siete

8
nane
ocho

9
tisa
nueve

10
kumi
diez

11
kumi na moja
once

12

kumi na mbili

doce

13

kumi na tatu

trece

14

kumi na nne

catorce

15

kumi na tano

quince

16

kumi na sita

dieciséis

17

kumi na saba

diecisiete

18

kumi na nane

dieciocho

19

kumi na tisa

diecinueve

20

ishirini

veinte

100

mia

cien

1.000

elfu

mil

1.000.000

milioni

millón

Kiingereza

inglés

Kiingereza cha Marekani

inglés americano

Kimandarini cha Uchina

chino mandarín

Kihindi

hindi

Kihispania

español

Kifaransa

francés

Kiarabu

árabe

Kirusi

ruso

Kireno

portugués

Kibengali

bengalí

Kijerumani

alemán

Kijapani

japonés

mimi

yo

wewe

tú

yeye / yeye / ni

él / ella

sisi

nosotros

wewe

vosotros

wao

ellos

nani?

¿quién?

nini?

¿qué?

jinsi gani?

¿cómo?

wapi?

¿dónde?

lini?

¿cuándo?

jina

nombre

nyuma

detrás

katika

en

mbele ya

delante de

juu ya

por encima de

kwenye

sobre

chini ya

debajo de

kando

junto a

kati

entre

mahali

lugar